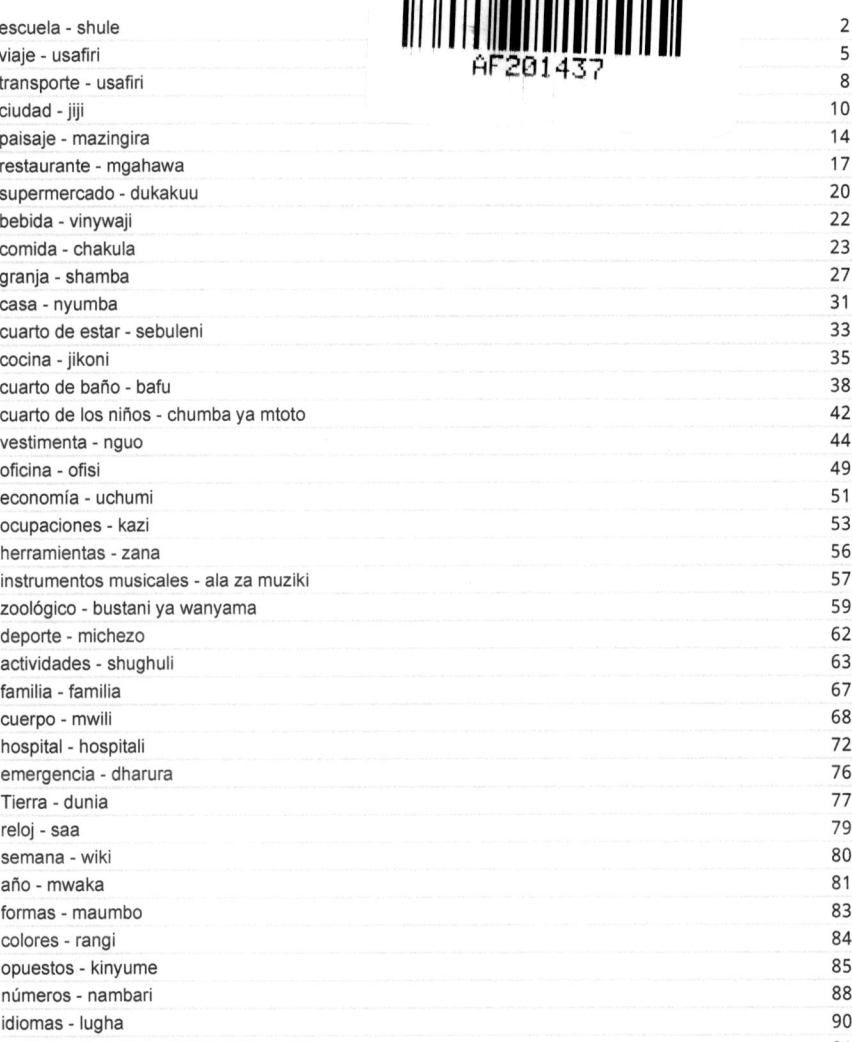

Impressum
Verlag: BABADADA GmbH, Nedderfeld 112 , 22529 Hamburg
Geschäftsführer / Verlagsleitung: Harald Hof
Druck: Books on Demand GmbH, In de Tarpen 42, 22848 Norderstedt

Imprint
Publisher: BABADADA GmbH, Nedderfeld 112 , 22529 Hamburg, Germany
Managing Director / Publishing direction: Harald Hof
Print: Books on Demand GmbH, In de Tarpen 42, 22848 Norderstedt

escuela

shule

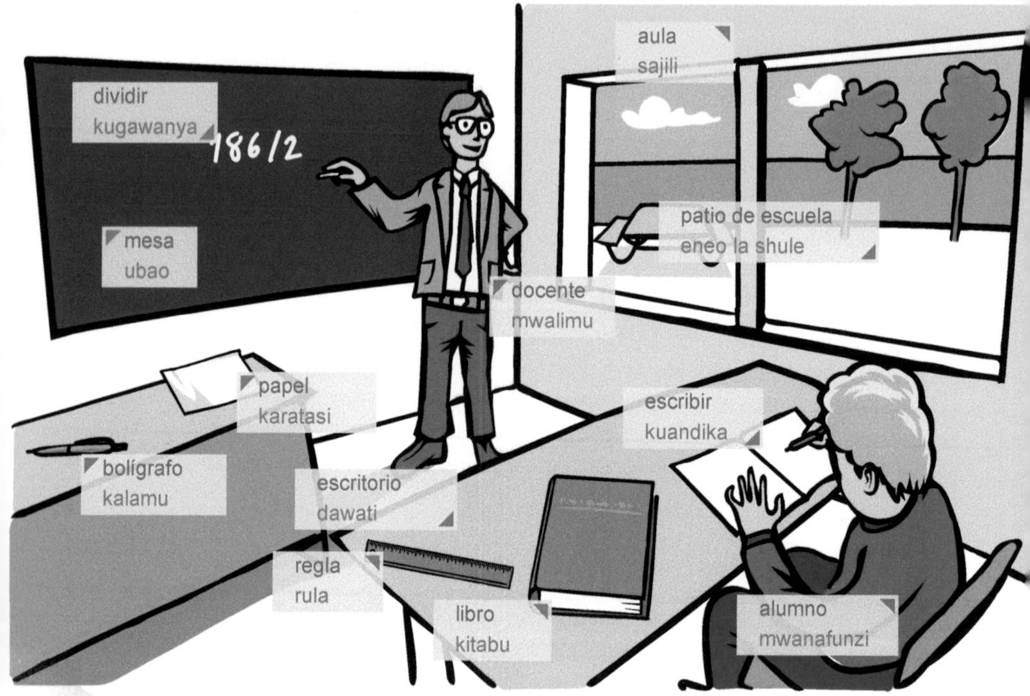

aula
sajili
dividir
kugawanya
186/2
mesa
ubao
patio de escuela
eneo la shule
docente
mwalimu
papel
karatasi
escribir
kuandika
bolígrafo
kalamu
escritorio
dawati
regla
rula
libro
kitabu
alumno
mwanafunzi

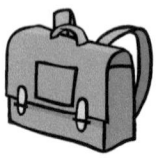

mochila escolar

mkoba

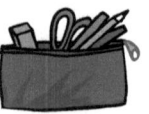

caja de lápices

kikasha cha penseli

lápiz

penseli

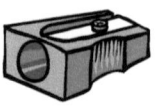

sacapuntas

kichonga penseli

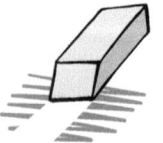

goma de borrar

mpira

bloc de dibujo

pedi ya kuchora

dibujo
uchoraji

pincel
brashi ya rangi

caja de pinturas
sanduku la rangi

tijera
mkasi

pegamento
gundi

libro de ejercicios
daftari

tarea
kazi ya nyumbani

número
nambari

sumar
jumlisha

restar
ondoa

multiplicar
zidisha

calcular
kokotoa

letra
barua

alfabeto
alfabeti

palabra
neno

texto
maandishi

leer
kusoma

tiza
chaki

lección
somo

libro de clase
sajili

examen
uchunguzi

certificado
cheti

uniforme escolar
sare za shule

educación
elimu

enciclopedia
elezo

universidad
chuo kikuu

microscopio
darubini

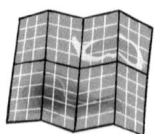

mapa
ramani

cesto de papeles
kikapu cha kuweka karatasi chafu

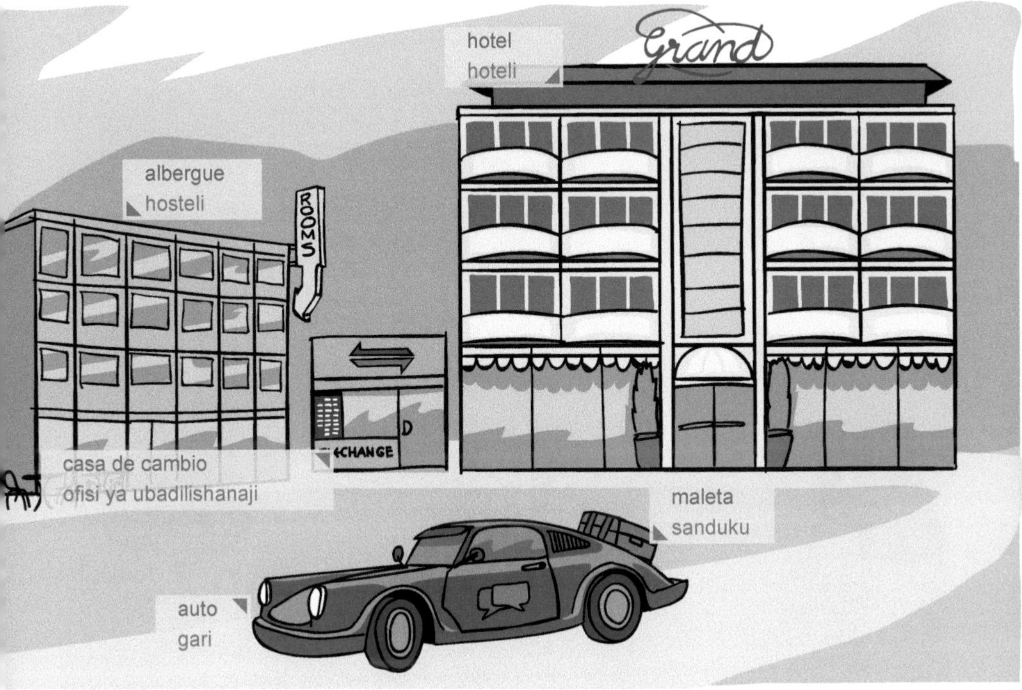

hotel
hoteli
albergue
hosteli
ROOMS
EXCHANGE
casa de cambio
ofisi ya ubadilishanaji
maleta
sanduku
auto
gari

idioma

lugha

sí / no

ndiyo / la

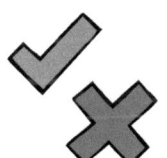

ok

sawa

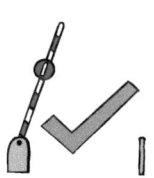

hola

hujambo

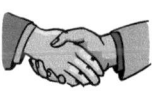

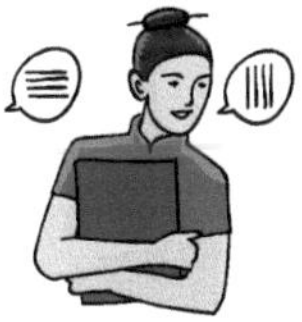

intérprete

mtafsiri

gracias

Asante

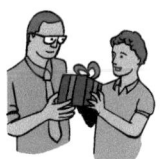

¿Cuánto cuesta…?

kiasi gani ni …?

No entiendo

Sielewi

problema

tatizo

¡Buenas tardes!

Jioni njema!

¡Buenos días!

Habari za asubuhi!

¡Buenas noches!

Usiku mwema!

adiós

kwa heri

dirección

mwelekeo

equipaje

mizigo

bolso

mfuko

mochila

shanta

invitado

mgeni

cuarto

chumba

saco de dormir

begi la kulalia

tienda de campaña

hema

información al turista

taarifa ya utalii

playa

ufuo

tarjeta de crédito

kadi

desayuno

kifunguakinywa

almuerzo

chakula cha mchana

cena

chakula cha jioni

pasaje

tiketi

ascensor

kuinua

sello

muhuri

límite

mpaka

aduana

mila

embajada

ubalozi

visa

visa

pasaporte

pasipoti

transporte

usafiri

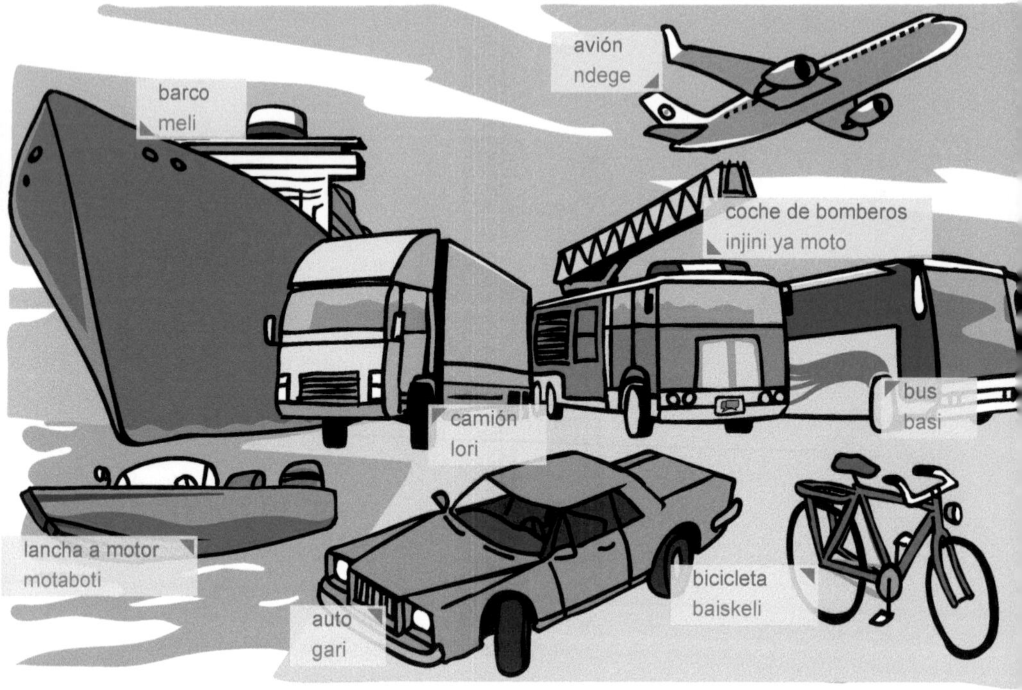
barco
meli
avión
ndege
coche de bomberos
injini ya moto
camión
lori
bus
basi
lancha a motor
motaboti
bicicleta
baiskeli
auto
gari

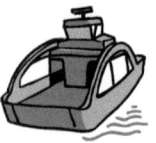

balsa

feri

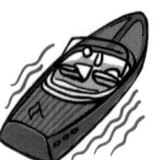

lancha

mashua

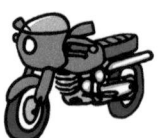

motocicleta

pikipiki

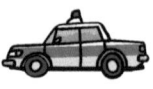

auto de policía

gari la polisi

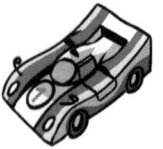

auto de carreras

gari la mashindano

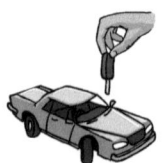

auto de alquiler

gari la kukodisha

alquiler de autos

kushiriki gari

grúa

lori la kuvuta

vehículo recolector de basura

ukusanyaji taka

motor

motor

gasolina

mafuta

gasolinera

kituo cha mafuta

señal de tráfico

ishara trafiki

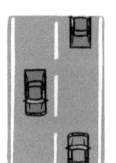

tránsito

trafiki

atasco

msongamano

estacionamiento

maegesho

estación de tren

kituo cha treni

carril

reli

tren

garimoshi

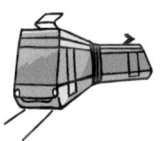

tranvía

tremu

vagón

gari la mizigo

helicóptero

helikopta

aeropuerto

uwanja wa ndege

torre

mnara

pasajero

abiria

contenedor

chombo

caja de cartón

katoni

carro

mkokoteni

cesta

kikapu

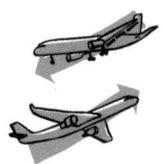

despegar / aterrizar

ondoka

ciudad

jiji

aldea

kijiji

centro de la ciudad

katikati ya jiji

casa

nyumba

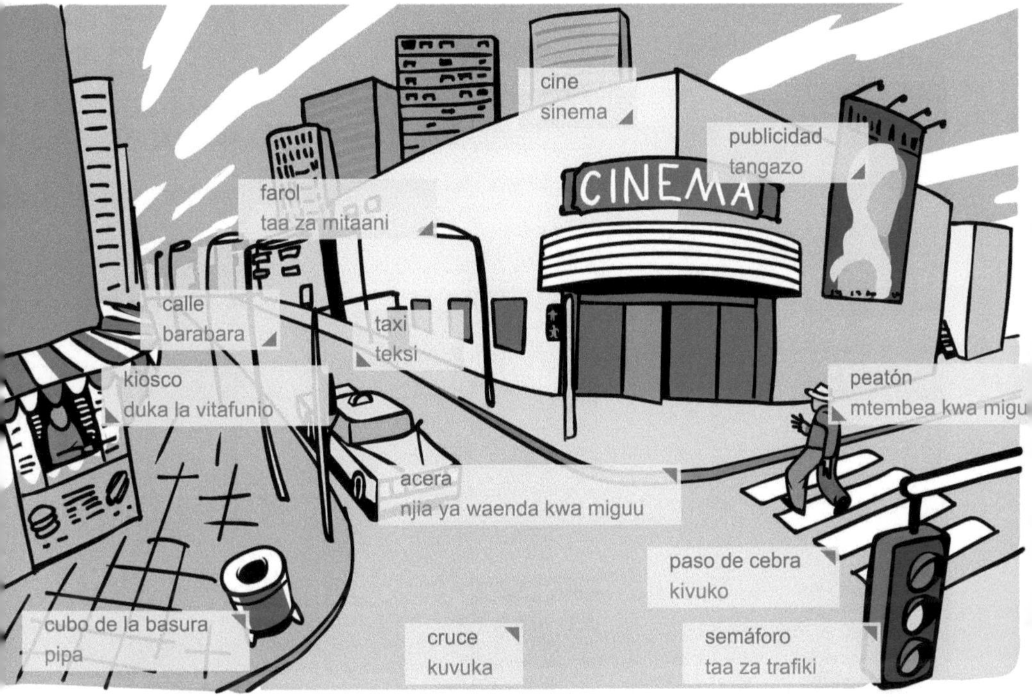
cine
sinema
publicidad
tangazo
CINEMA
farol
taa za mitaani
calle
barabara
taxi
teksi
kiosco
duka la vitafunio
peatón
mtembea kwa migu
acera
njia ya waenda kwa miguu
paso de cebra
kivuko
cubo de la basura
pipa
cruce
kuvuka
semáforo
taa za trafiki

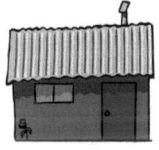

cabaña

kibanda

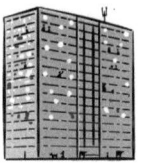

apartamento

gorofa

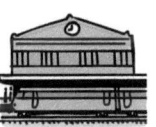

estación de tren

kituo cha treni

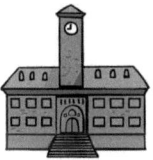

ayuntamiento

ukumbi wa mji

MUSEUM

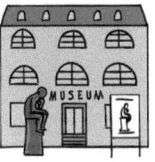

museo

Makavazi

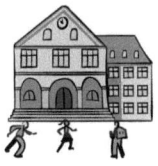

escuela

shule

universidad

chuo kikuu

banco

benki

hospital

hospitali

hotel

hoteli

farmacia

duka la dawa

oficina

ofisi

librería

duka la kitabu

negocio

duka

florería

duka la maua

supermercado

dukakuu

mercado

soko

grandes almacenes

idara ya kuhifadhi

pescadería

mwuza samaki

centro comercial

kituo cha ununuzi

puerto

bandari

parque

Hifadhi

banco

benki

puente

daraja

escalera

vidato

metro

chini ya ardhi

túnel

handaki

parada de autobuses

kituo cha mabasi

bar

bar

restaurante

mgahawa

buzón de correo

sanduku la posta

letrero

ishara ya barabara

parquímetro

mita ya maegesho

zoológico

bustani ya wanyama

piscina

kidimbwi cha kuogelea

mezquita

msikiti

granja

shamba

polución

uchafuzi

cementerio

makaburini

iglesia

kanisa

parque infantil

uwanja wa michezo

templo

hekalu

paisaje

mazingira

hoja
jani

indicador de camino
ishara ya mwelekeo

sendero
njia

pradera
malisho

piedra
jiwe

árbol
mti

caminante
mtembeaji wa masafa

río
mto

pasto
nyasi

flor
ua

valle
bonde

montaña
kilima

lago
ziwa

bosque
msitu

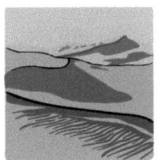

desierto
jangwa

volcán
volkano

castillo
ngome

arco iris
upinde wa mvua

seta
uyoga

palmera
mtende

mosquito
mbu

mosca
kuruka

hormiga
chungu

abeja
nyuki

araña
buibui

escarabajo
mende

rana
chura

ardilla
kuchakuro

erizo
nungunungu

liebre
sungura

lechuza
bundi

pájaro
ndege

cisne
swan

jabalí
nguruwe mwitu

ciervo
kulungu

alce
aina ya kongoni

embalse
bwawa

aerogenerador
tabo ya upepo

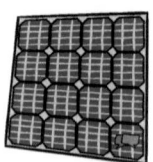

módulo solar
nishaji ya jua

clima
hali ya hewa

restaurante
mgahawa

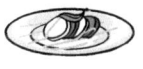

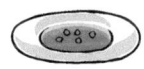

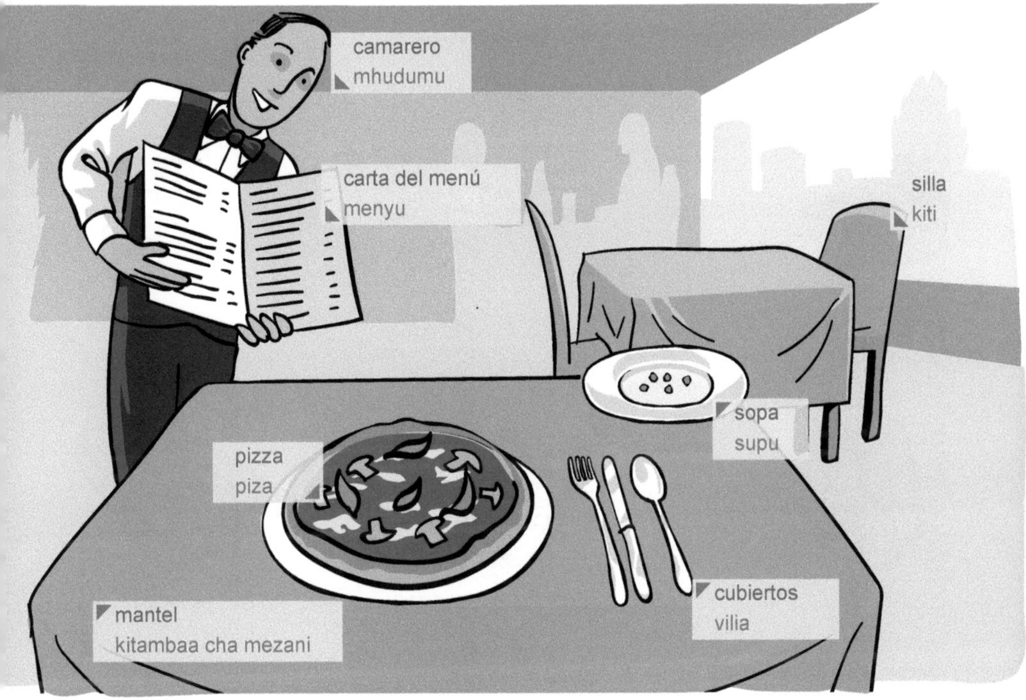
camarero
mhudumu
carta del menú
menyu
silla
kiti
sopa
supu
pizza
piza
cubiertos
vilia
mantel
kitambaa cha mezani

entrada

kiamsha hamu

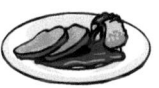

plato principal

kozi kuu

postre

kitindamlo

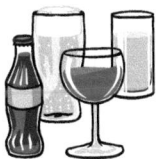

bebida

vinywaji

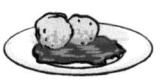

comida

chakula

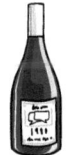

botella

chupa

comida rápida

chakula cha haraka

comida callejera

Streetfood

tetera

buli

azucarera

kisanduku cha sukari

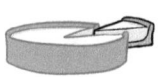

porción

sehemu

máquina de espresso

mashine ya espresso

silla alta

kiti kirefu

factura

muswada

bandeja

trei

cuchillo

kisu

tenedor

uma

cuchara

kijiko

cuchara de té

kijiko cha chai

servilleta

nepi

vaso

glasi

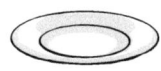

plato
sahani

plato de sopa
sahani ya supu

platillo
sufuria

salsa
mchuzi

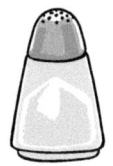

salero
kichanyaji chumvi

molinillo para pimienta
kinu cha pilipili

vinagre
siki

aceite
mafuta

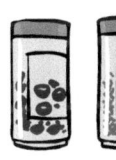

especias
viungo

ketchup
kechapu

mostaza
haradali

mayonesa
kachumbari nzito

supermercado

dukakuu

oferta
ofa maalum
FOR
cliente
mteja
productos lácteos
maziwa
fruta
matunda
carrito de compras
toroli

BUTCHERS

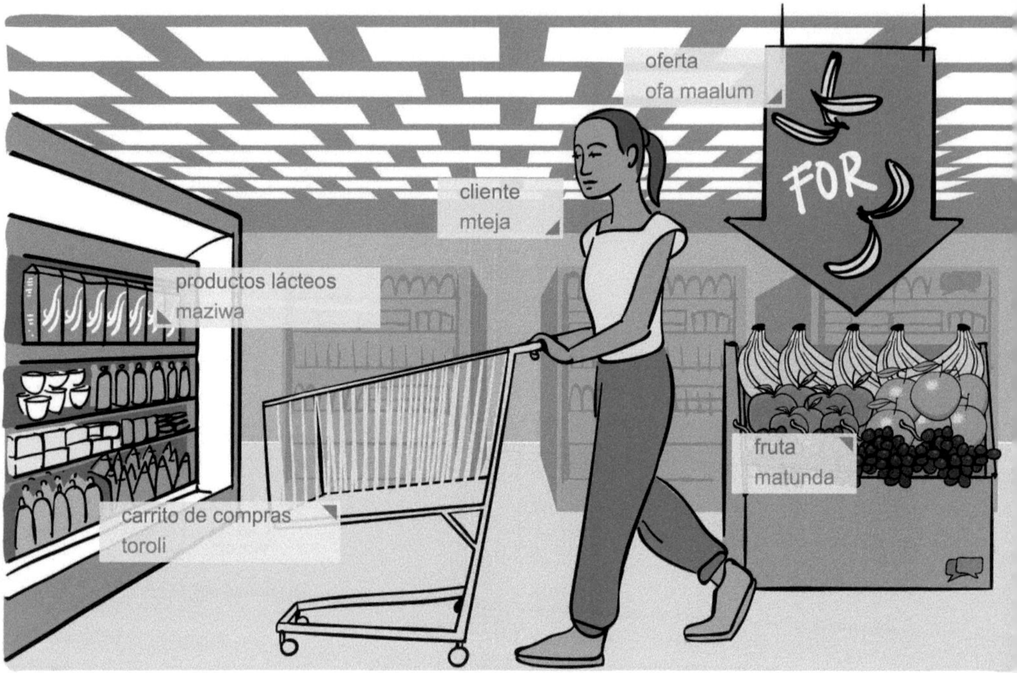

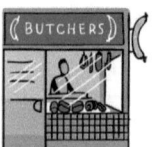

carnicería

mchinjaji

BAKERY

panadería

mwokaji

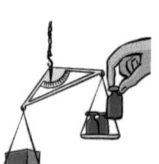

pesar

uzito

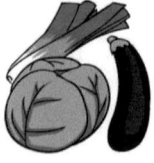

verdura

mboga

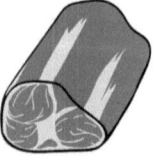

carne

nyama

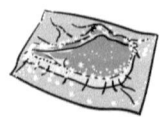

alimentos congelados

chakula waliohifadhiwa

fiambre

vipande vya nyama baridi

conservas

chakula cha kopo

detergente en polvo

sabuni ya unga

dulces

pipi

artículos domésticos

bidhaa za kaya

productos de limpieza

bidhaa za kusafisha

vendedora

mtu mauzo

caja

mpaka

cajero

keshia

lista de compras

orodha ya manunuzi

horario de atención

masaa ya ufunguzi

cartera

mkoba

tarjeta de crédito

kadi

maleta

mfuko

bolsa plástica

mfuko wa plastiki

agua

maji

jugo

sharubati

leche

maziwa

refresco de cola

coke

vino

mvinyo

cerveza

bia

alcohol

pombe

cacao

kakao

té

chai

café

kahawa

espresso

spreso

cappuccino

kapuchino

banana

ndizi

manzana

tufaha

naranja

machungwa

sandía

tikiti

limón

lemon

zanahoria

karoti

ajo

kitunguu saumu

bambú

mianzi

cebolla

kitunguu

seta

uyoga

nueces

karanga

fideos

nudo

espagueti

spageti

arroz

mpunga

ensalada

saladi

patatas fritas

vibanzi

patatas salteadas

viazi vya kukaanga

pizza

piza

hamburguesa

hambaga

sándwich

sandwichi

escalope

kipande

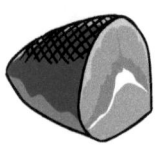

jamón

paja la mnyama

salame

salami

embutido

soseji

pollo

kuku

asado

choma

pescado

samaki

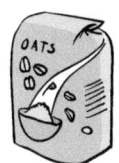

copos de avena

oats ya uji

musli

muesli

copos de maíz tostado

cornflakes

harina

unga

croissant

kroisanti

panecillo

andazi

pan

mkate

tostada

mkate wa kubanika

galletas

biskuti

mantequilla

siagi

cuajada

maziwa mgando

pastel

keki

huevo

yai

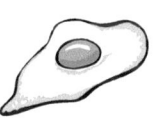

huevo frito

yai kukaanga

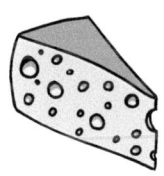

queso

jibini

helado

aiskrimu

azúcar

sukari

miel

asali

mermelada

jemu

praliné

kuenea kwa chokoleti

curry

mchuzi wa viungo

granja
shamba

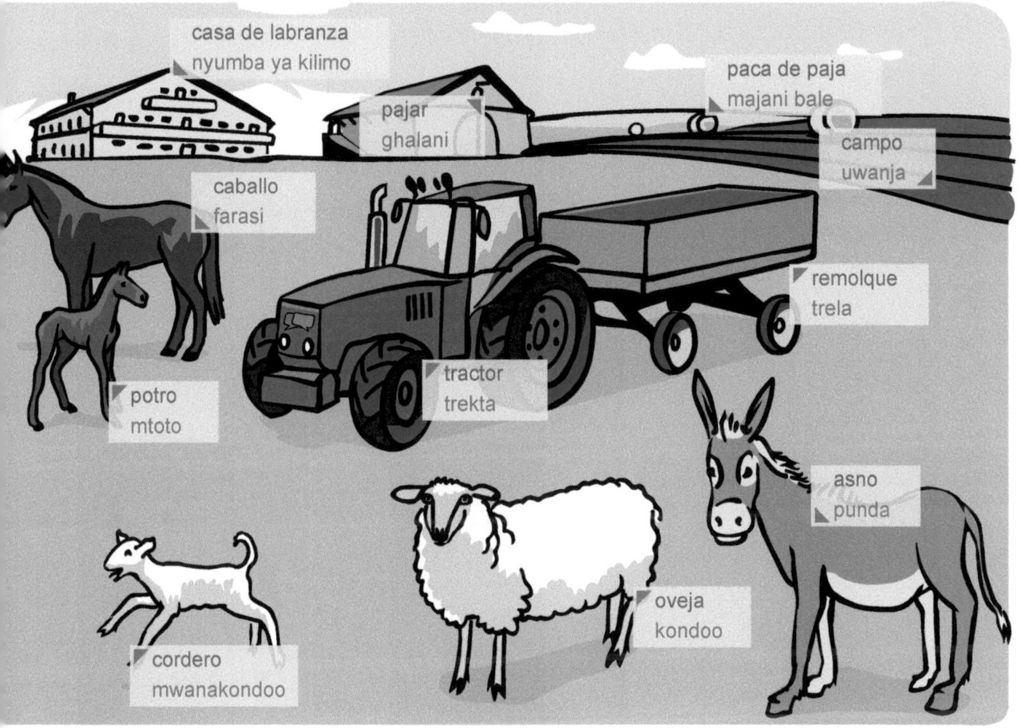

casa de labranza
nyumba ya kilimo
pajar
ghalani
paca de paja
majani bale
campo
uwanja
caballo
farasi
remolque
trela
tractor
trekta
potro
mtoto
asno
punda
oveja
kondoo
cordero
mwanakondoo

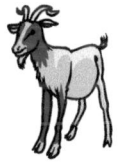

cabra

mbuzi

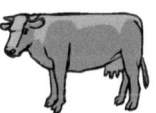

vaca

ng'ombe

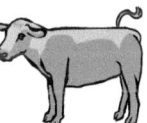

ternero

ndama

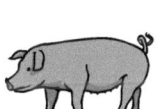

cerdo

nguruwe

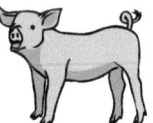

lechón

mwananguruwe

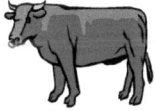

toro

fahali

ganso

batabukini

pato

bata

polluelo

kifaranga

pollo

kuku

gallo

jogoo

rata

panya

gato

paka

ratón

panya

buey

ng'ombe

perro

mbwa

caseta del perro

nyumba ya mbwa

manguera de riego

bomba la bustani

regadera

debe la kumwagilia maji

guadaña

fyekeo

arado

kulima

hoz
mundu

azada
jembe

bieldo
uma wa nyasi

hacha
shoka

carretilla
toroli

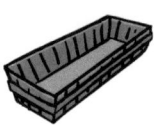

abrevadero
kupitia nyimbo

lechera
chombo cha maziwa

saco
gunia

cerca
ua

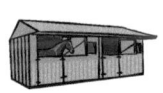

establo
imara

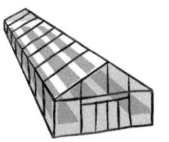

invernadero
chafu

suelo
udongo

semilla
mbegu

fertilizante
mbolea

cosechadora
kivunaji

cosechar
mavuno

cosecha
mavuno

raíz de ñame
viazi vikuu

trigo
ngano

soja
soya

patata
viazi

maíz
mahindi

colza
rapa

Árbol frutal
mti wa matunda

mandioca
muhogo

cereales
nafaka

casa
nyumba

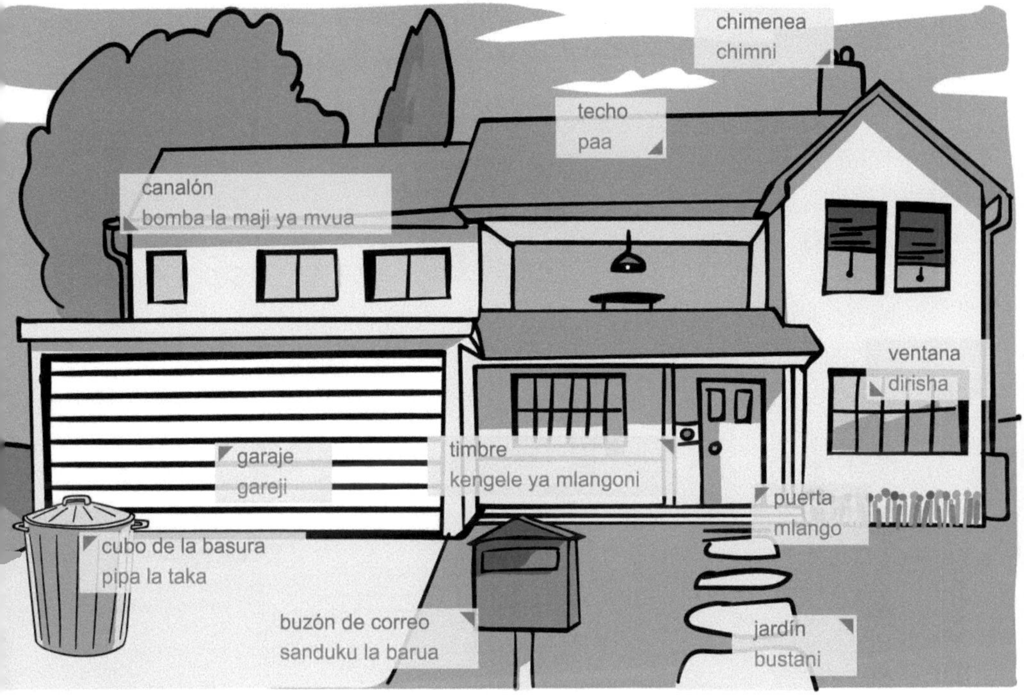
chimenea
chimni
techo
paa
canalón
bomba la maji ya mvua
ventana
dirisha
garaje
gareji
timbre
kengele ya mlangoni
puerta
mlango
cubo de la basura
pipa la taka
buzón de correo
sanduku la barua
jardín
bustani

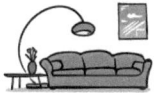

cuarto de estar

sebuleni

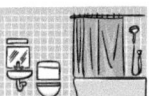

cuarto de baño

bafu

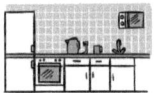

cocina

jikoni

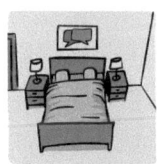

dormitorio

chumba cha kulala

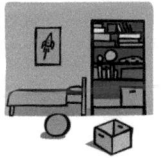

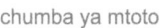

cuarto de los niños

chumba ya mtoto

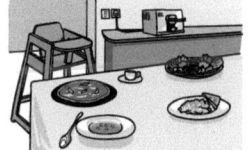

comedor

chumba cha kulia

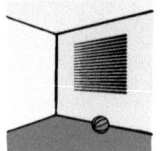

piso

sakafu

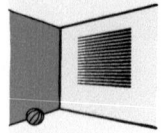

pared

ukuta

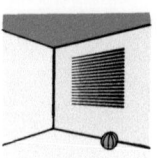

cielorraso

dari

sótano

pishi

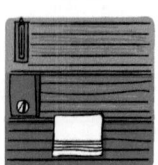

sauna

sauna

balcón

roshani

terraza

mtaro

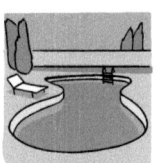

piscina

kidimbwi

cortacésped

mashine ya kukata nyasi

funda nórdica

karatasi

edredón

kitambaa cha kupamba kitanda

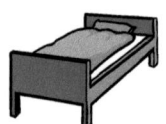

cama

kitanda

escoba

ufagio

cubo

ndoo

interruptor

kubadili

cuarto de estar
sebuleni

papel para empapelar
mandhari
imagen
picha
lámpara
taa
estante
rafu
gabinete
kabati
televisor
televisheni/runinga
hogar
mekoni
flor
ua
cojín
mto
sofá
sofa
florero
chombo cha maua
control remoto
kitenzambali

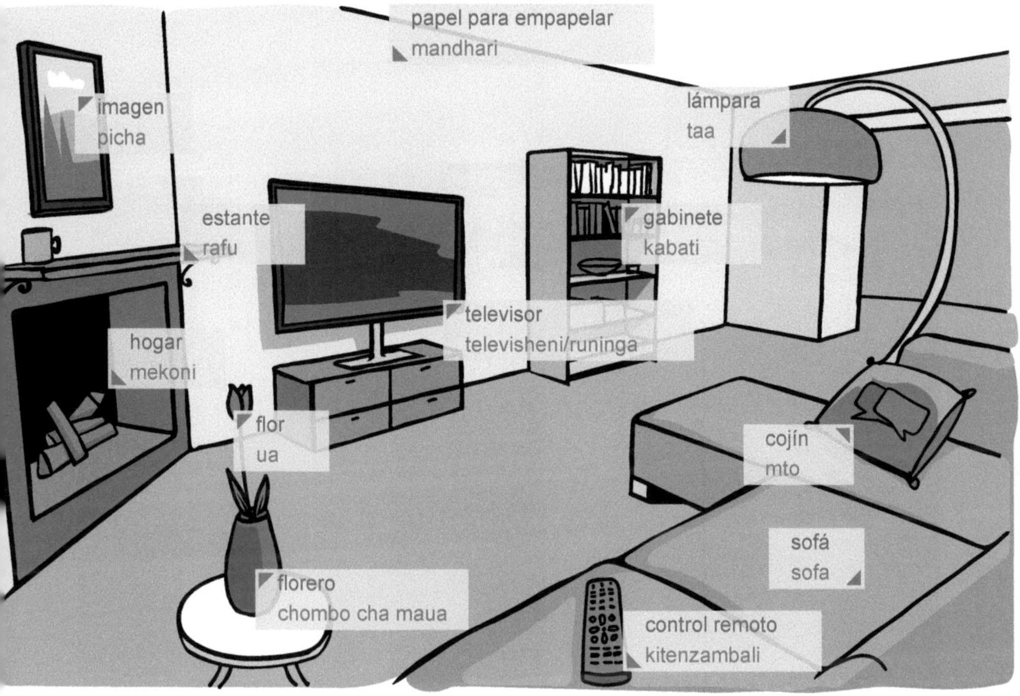

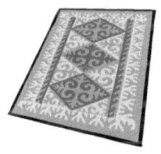

alfombra

zulia

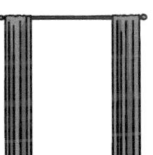

cortina

pazia

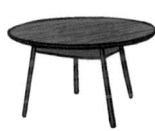

mesa

meza

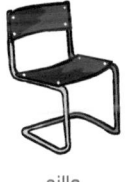

silla

kiti

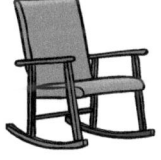

mecedora

kiti cha bembea

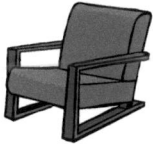

sillón

armchair

libro

kitabu

frazada

blanketi

decoración

mapambo

leña

kuni

film

filamu

equipo estereofónico

kifaa cha hi-fi

llave

ufunguo

periódico

gazeti

cuadro

uchoraji

póster

bango

radio

redio

bloc de notas

daftari

aspiradora

kifyonza

cactus

dungusi kakati

vela

mshumaa

cocina
jikoni

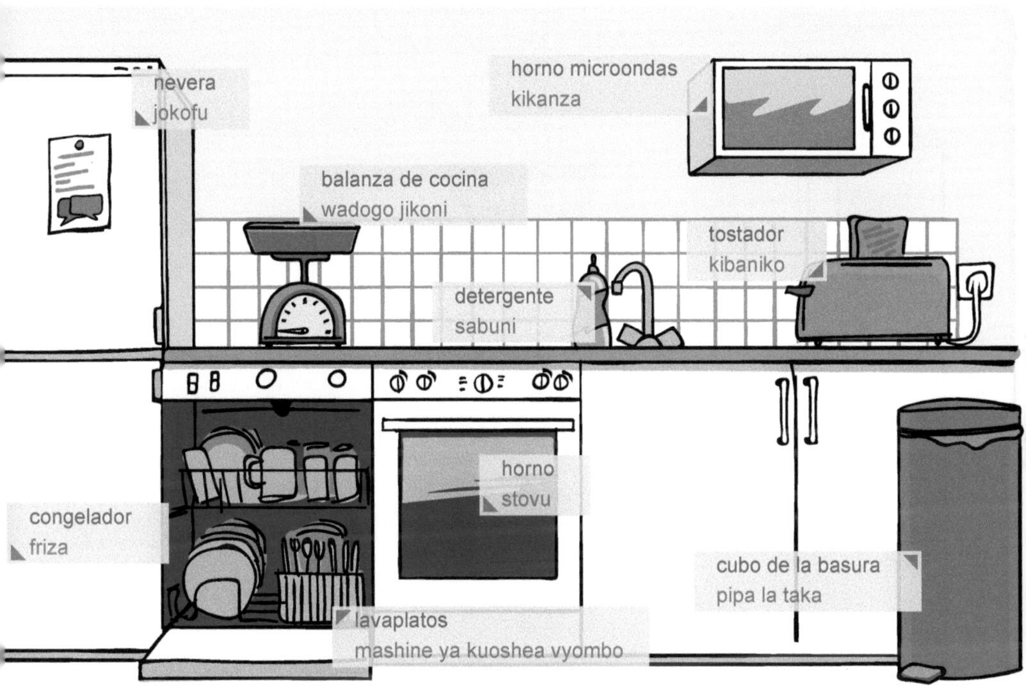
nevera
jokofu
horno microondas
kikanza
balanza de cocina
wadogo jikoni
tostador
kibaniko
detergente
sabuni
horno
stovu
congelador
friza
cubo de la basura
pipa la taka
lavaplatos
mashine ya kuoshea vyombo

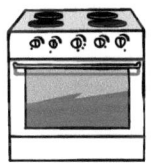

cocina

jiko la kupika

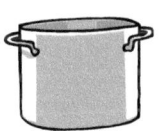

olla

chungu

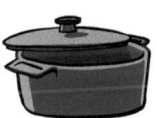

olla de fundición de hierro

sufuria ya chuma

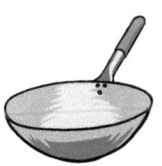

wok / kadai

wok / kadai

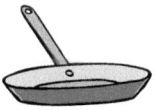

sartén

kaango

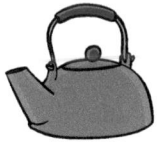

hervidor de agua

birika

olla de vapor

stima

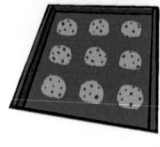

bandeja de horno

sinia ya kuoka

vajilla

vyombo vya udongo

vaso

kombe

bol

bakuli

palillos para comer

vijiti vya kulia

cucharón de sopa

ukawa

espátula

mwiko mpana

batidor

burashi

colador

kichujio

cedazo

chujio

rallador

mbuzi

mortero

chokaa

parrillada

barbeque

fogata

moto wazi

tabla de picar
ubao wa majaribio

rodillo
kijiti cha kusukuma unga

sacacorchos
kizibuo

lata
kopo

abrelatas
inaweza kopo

agarrador
kishikio cha chungu

fregadero
karo

cepillo
brashi

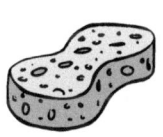

esponja
sifongo

batidora
kisagaji matunda

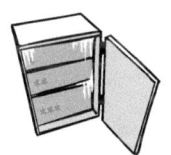

arcón congelador
friji ya kina

biberón
chupa ya mtoto

grifo
bomba

cuarto de baño
bafu

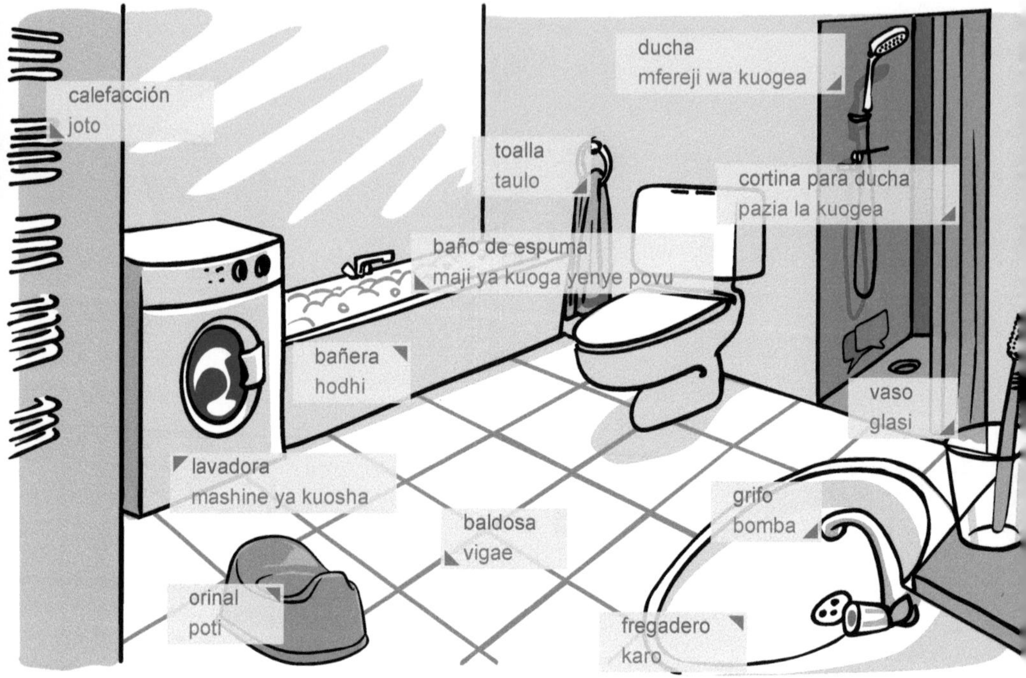

calefacción
joto
ducha
mfereji wa kuogea
toalla
taulo
cortina para ducha
pazia la kuogea
baño de espuma
maji ya kuoga yenye povu
bañera
hodhi
vaso
glasi
lavadora
mashine ya kuosha
grifo
bomba
baldosa
vigae
orinal
poti
fregadero
karo

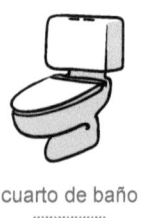

cuarto de baño

choo

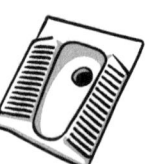

placa turca

choo cha squat

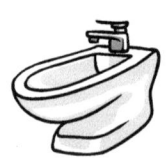

bidé

beseni la mviringo

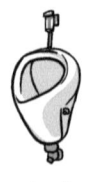

urinario

choo cha umma

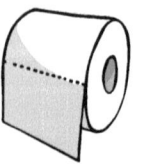

papel higiénico

shashi

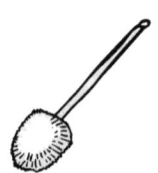

escobilla para el cuarto de baño

brashi ya choo

cepillo de dientes

mswaki

pasta dentífrica

dawa ya meno

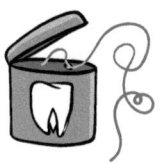

seda dental

dawa ya meno

lavar

safisha

ducha teléfono

kuoga mkono

ducha higiénica

msukumo wa maji

cuenco

bonde

cepillo para la espalda

mpako wa pili

jabón

sabuni

gel de ducha

jeli ya kuogea

champú

shampuu

manopla para baño

flana

desagüe

toa maji

crema

krimu

desodorante

kiondoa harufu

espejo

kioo

espejo de maquillaje

kioo mkono

máquina de afeitar

kinyozi

espuma de afeitar

povu la kunyoa

loción para después del afeitado

baada ya kunyoa

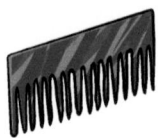

peine

kichana

cepillo

brashi

secador para cabello

kikausha nywele

laca de peinado

marashi ya nyewele

maquillaje

vipodozi

lápiz labial

kidomwa

laca para uñas

varnish ya msumari

algodón

pamba

tijera para uñas

mkasi wa kucha

perfume

manukato

neceser
mkoba wa kuosha

taburete
kinyesi

balanza
mizani

bata de baño
nguo ya kuoga

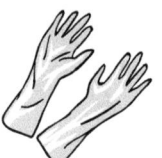

guantes de goma
glavu za mpira

tampón
kisodo

compresa
sodo

wáter químico
kemikali choo

cuarto de los niños
chumba ya mtoto

despertador
saa ya kengele
animal de peluche
kidoli cha kupakata
auto de juguete
gari bandia
sonajero
kelele
casa de muñecas
chumba cha midoli
obsequio
sasa

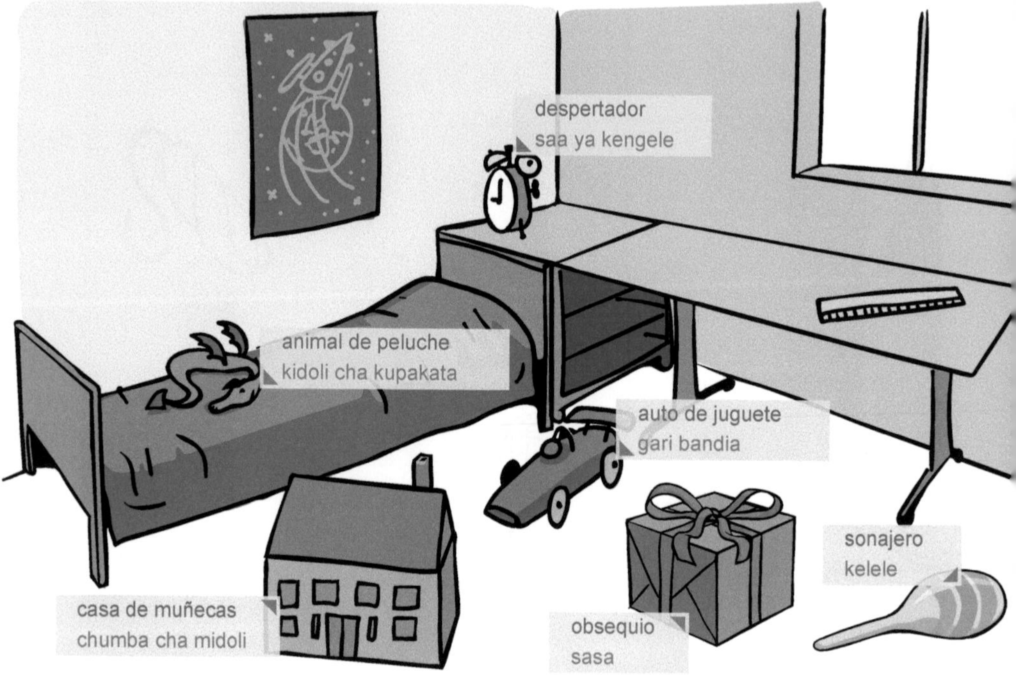

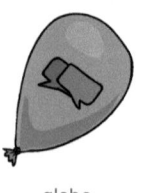

globo
baluni

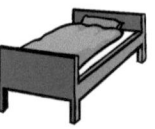

cama
kitanda

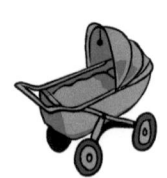

cochecito para niños
mashua

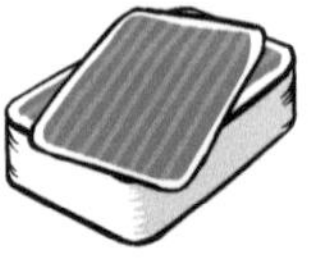

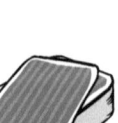

juego de barajas
staha ya kadi

rompecabezas
mchezo-fumb

SUPER
MEGA

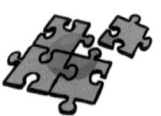

cómic
vichekesho

piezas de Lego

matofali lego

bloques para jugar

vitalu mwigo

figura de acción

hatua takwimu

pijama de una pieza

suti ya kulalia

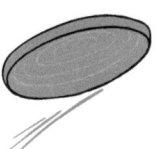

frisbee

kisahani

móvil

simu

juego de mesa

ubao wa michezo

dado

kete

tren eléctrico a escala

garimoshi mwigo

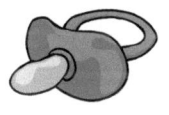

chupete

dummy

fiesta

chama

libro de dibujos

picha kitabu

pelota

mpira

títere

kikaragosi

jugar

kucheza

arenero

shimo la mchanga

columpio

bembea

juguetes

vitu bandia

consola de videojuego

kiweko cha video ya mchezo

triciclo

baiskeli ya magurudumu

osito de peluche

mwanasesere

matatu

guardarropa

kabati

vestimenta

nguo

calcetines

soksi

medias

stokingi

panti

kibano

chal
skafu

paraguas
mwavuli

camiseta
fulana

cinturón
ukanda

botas
viatu

zapatilla
ndara

deportivas
wakufunzi

sandalias
malapa

zapatos
viatu

botas de goma
mabuti ya mpira

ropa interior
suruali ya ndani

corpiño
sidiria

camiseta
fulana

body

mwili

pantalón

suruali

jeans

dangirizi

falda

sketi

blusa

blauzi

camisa

shati

pullover

vuta

sweater

sweta

blazer

bleza

chaqueta

jaketi

abrigo

koti

impermeable

koti la mvua

traje chaqueta

maleba

vestido

gauni

vestido de bodas

mavazi ya harusi

traje
suti

camisón
vazi la usiku

pijama
pajama

sari
sari

pañuelo de cabeza
skafu

turbante
kilemba

burka
burka

caftán
kaftan

abaya
abaya

traje de baño
vazi la kuogelea

bañador
vazi la kiume la kuogelea

shorts
kaptura

chándal
teitei

delantal
aproni

guante
glavu

botón

kifungo

gafa

glasi

brazalete

bangili

cadena

mkufu

anillo

pete

aro

herini

gorra

kofia

percha

kiango cha koti

sombrero

kofia

corbata

tai

cierre a cremallera

zipu

casco

kofia

tiradores

kanda za suruali

uniforme escolar

sare za shule

uniforme

sare

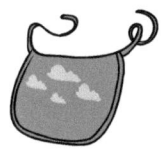

babero

bibu

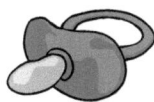

chupete

dummy

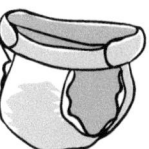

pañal

nepi

oficina
ofisi

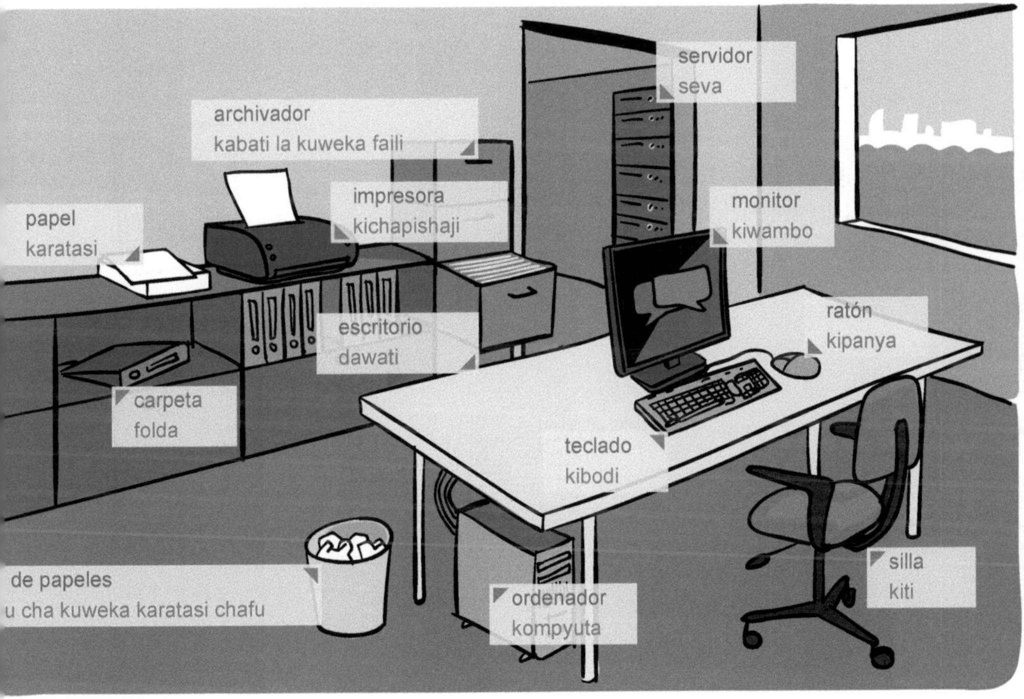

servidor
seva
archivador
kabati la kuweka faili
impresora
kichapishaji
papel
karatasi
monitor
kiwambo
escritorio
dawati
ratón
kipanya
carpeta
folda
teclado
kibodi
de papeles
u cha kuweka karatasi chafu
silla
kiti
ordenador
kompyuta

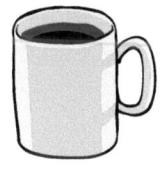

taza de café

kmobe la kahawa

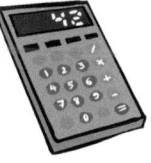

calculadora

kikokotoo

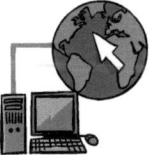

internet

biashara

laptop

mbali

carta

barua

mensaje

ujumbe

teléfono móvil

rununu

red

intaneti

fotocopiadora

fotokopia

software

programu

teléfono

simu

tomacorriente

soketi

máquina de fax

kipepesi

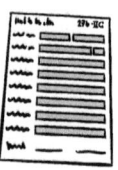

formulario

fomu

documento

hati

comprar

kununua

pagar

kulipa

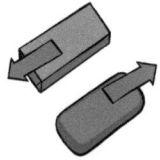

comerciar

biashara

dinero

fedha

dólar

dola

euro

yuro

yen

yeni

rublo

rouble

franco

faranga ya Uswisi

renminbi

renminbi yuan

rupia

rupia

cajero automático

eneo la kulipia

casa de cambio

ofisi ya ubadilishanaji

oro

dhahabu

plata

fedha

petróleo

mafuta

energía

nishati

precio

bei

contrato

mkataba

impuesto

kodi

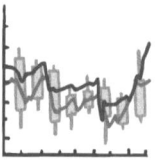

acción

bidhaa

trabajar

kazi

empleado

mfanyakazi

empleador

mwajiri

fábrica

kiwanda

negocio

duka

ocupaciones
kazi

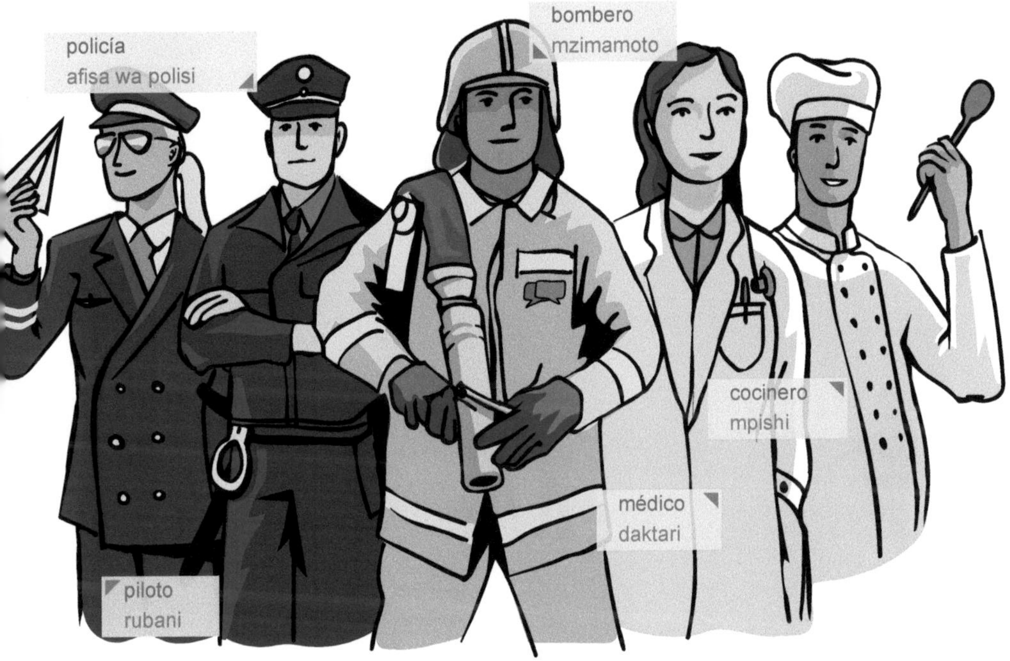
policía
afisa wa polisi
bombero
mzimamoto
cocinero
mpishi
médico
daktari
piloto
rubani

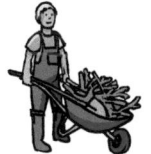

jardinero

mtunza bustani

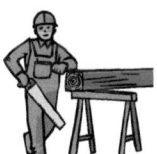

carpintero

seremala

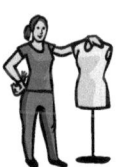

costurera

mshonaji

juez

hakimu

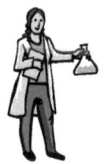

químico

mwanakemia

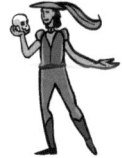

actor

muigizaji

conductor de autobús

dereva wa basi

taxista

dereva wa teksi

pescador

mvuvi

mujer de la limpieza

mwanamke wa kusafisha

techista

mwezekaji

camarero

mhudumu

cazador

mwindaji

pintor

mchoraji

panadero

mwokaji

electricista

umeme

albañil

mjenzi

ingeniero

mhandisi

carnicero

mchinjaji

fontanero

fundi bomba

cartero

mwanaposta

soldado
mwanajeshi

arquitecto
msanifu majengo

cajero
keshia

florista
muuza maua

peluquero
msusi

cobrador
kondakta

mecánico
mekanika

capitán
nahodha

odontólogo
daktari wa meno

científico
mwanasayansi

rabino
rabbi

imam
imamu

monje
mtawa

párroco
kasisi

herramientas
zana

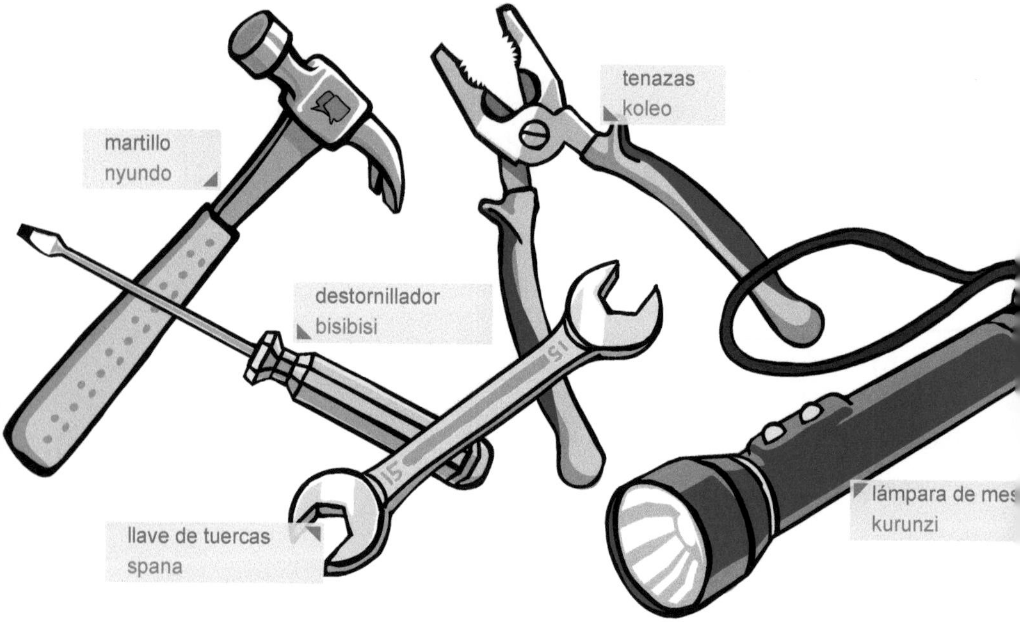

martillo
nyundo
tenazas
koleo
destornillador
bisibisi
llave de tuercas
spana
lámpara de mes
kurunzi

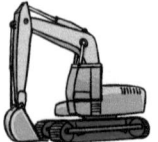

excavadora

mchimbaji

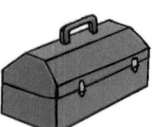

caja de herramientas

sanduku la vifaa

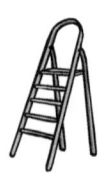

escalerilla

ngazi

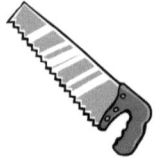

serrucho

msumeno

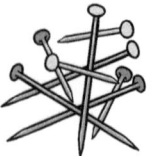

clavos

misumari

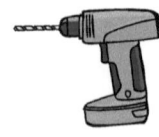

taladro

kuchimba visima

reparar
kukarabati

pala
sepetu

¡Maldición!
Lo!

recogedor
kishikio cha uchafu

lata de pintura
chungu cha rangi

tornillos
skurubu

instrumentos musicales
ala za muziki

altavoz
spika

batería
mpangilio wa ngoma

guitarra
gita

contrabajo
besi mara mbili

trompeta
tarumbeta

piano
piano

violín
fidla

bajo
ubeji

timbales
timpani

tambor
ngoma

teclado
kibodi

saxofón
saksafoni

flauta
filimbi

micrófono
maikrofoni

zoológico
bustani ya wanyama

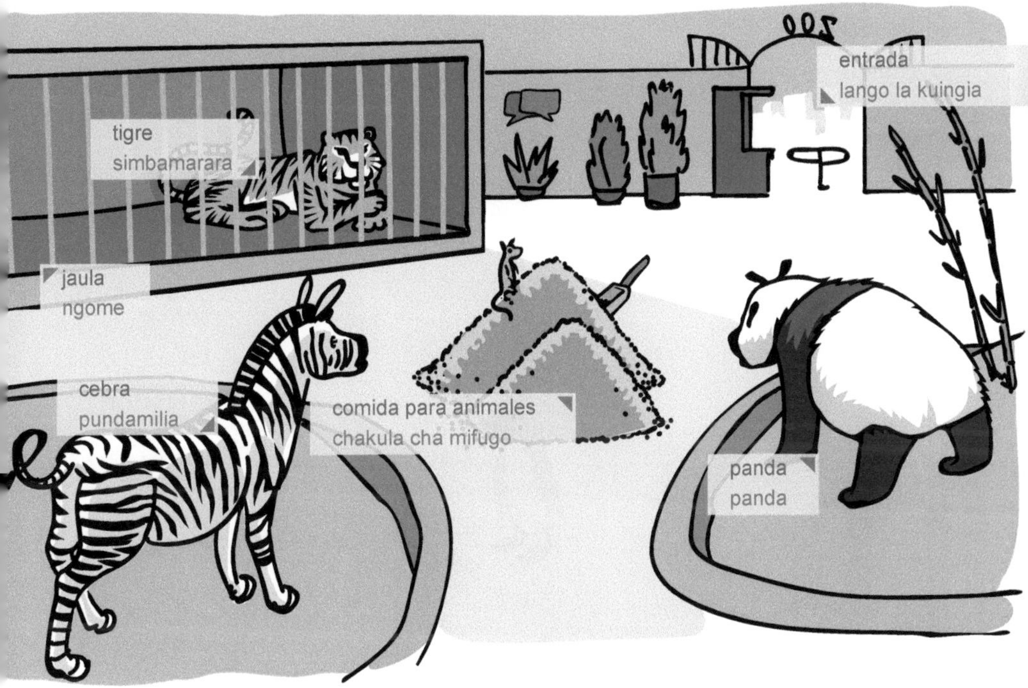
entrada
lango la kuingia
tigre
simbamarara
jaula
ngome
cebra
pundamilia
comida para animales
chakula cha mifugo
panda
panda

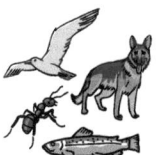

animales
wanyama

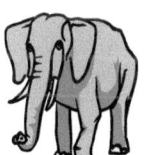

elefante
tembo

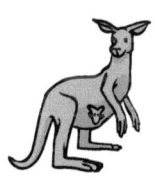

canguro
kangaruu

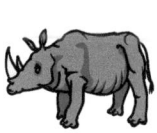

rinoceronte
kifaru

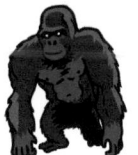

gorila
sokwe

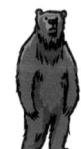

oso
dubu

camello

ngamia

avestruz

mbuni

león

simba

mono

tumbili

flamengo

heroe

papagayo

kasuku

oso polar

dubu

pingüino

penguini

tiburón

papa

pavo real

tausi

serpiente

nyoka

cocodrilo

mamba

cuidador del zoológico

mtunza wanyama

foca

muhuri

jaguar

jaguar

pony

mwanafarasi

leopardo

chui

hipopótamo

kiboko

jirafa

twiga

águila

tai

jabalí

nguruwe mwitu

pescado

samaki

tortuga

kobe

morsa

sili

zorro

mbweha

gacela

paa

fútbol americano
soka ya marekani

ciclismo
uendeshaji baiskeli

tenis
tenisi

baloncesto
mpira wa kikapu

natación
kuogelea

hockey sobre hielo
magongo ya barafuni

boxeo
ndondi

fútbol
soka

badminton
vinyoya

atletismo
riadha

balonmano
mpira wa mikono

esquí
skii

polo
polo

actividades
shughuli

saltar
kuruka
abrazar
kumbatia
reír
cheka
caminar
kutembea
cantar
kuimba
soñar
ota ndoto
rezar
kuomba
besar
busu

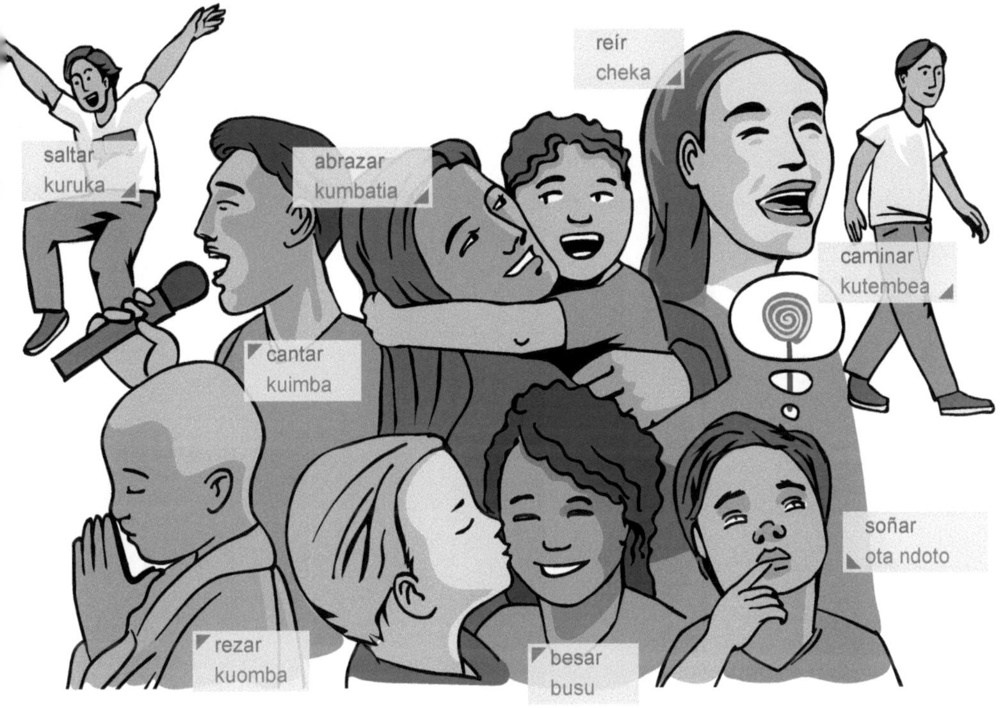

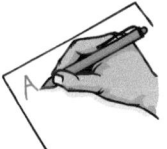

escribir
kuandika

dibujar
kuteka

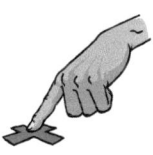

mostrar
angalia

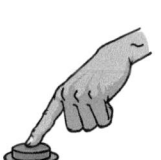

presionar
sukuma

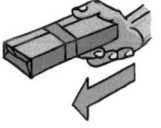

dar
kutoa

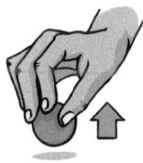

tomar
kuchukua

tener
kuwa

hacer
fanya

ser
kuwa

estar de pie
kusimama

correr
kukimbia

tirar
vuta

arrojar
kutupa

caer
kuanguka

estar acostado
hadaa

esperar
kusubiri

llevar
kubeba

estar sentado
kukaa

vestirse
vaa nguo

dormir
usingizi

despertar
kuamka

mirar

kuangalia

llorar

lia

acariciar

kiharusi

peinarse

chana nywele

conversar

ongea

entender

kuelewa

preguntar

kuuliza

oír

kusikiliza

beber

kunywa

comer

kula

asear

nadhifisha

amar

upendo

cocinar

mpishi

conducir

gari

volar

kuruka

navegar
meli

calcular
kokotoa

leer
kusoma

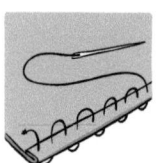

aprender
kujifunza

trabajar
kazi

casarse
kuoa

coser
kushona

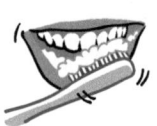

limpiarse los dientes
piga mswaki

matar
kuua

fumar
moshi

enviar
kutuma

abuela
bibi

abuelo
babu

padre
baba

madre
mama

bebé
mtoto

hija
binti

hijo
bin

invitado

mgeni

tía

shangazi

tío

mjomba

hermano

kaka

hermana

dada

cuerpo
mwili

frente
paji la uso
ojo
jicho
hombro
bega
dedo
kidole
cara
uso
barbilla
kidevu
mano
mkono
pierna
mguu
pecho
matiti
brazo
mkono

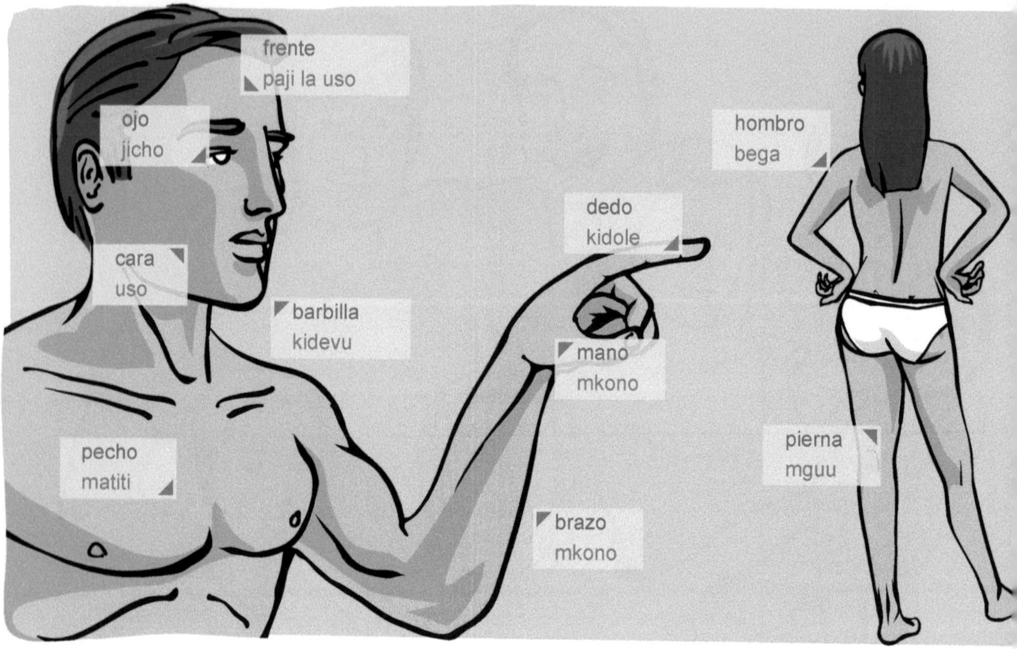

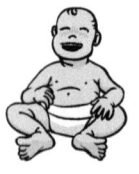

bebé
mtoto

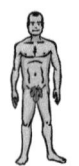

hombre
mwanamume

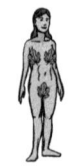

mujer
mwanamke

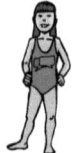

muchacha
msichana

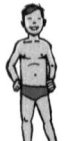

joven
mvulana

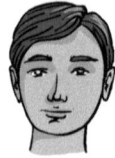

cabeza
kichwa

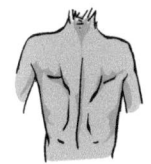

espalda

nyuma

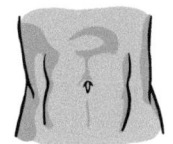

vientre

tumbo

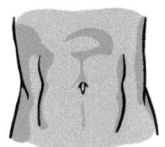

ombligo

kitovu

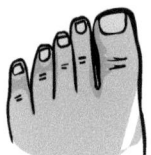

dedo del pie

chano

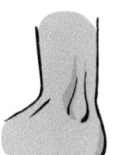

talón

kisigino

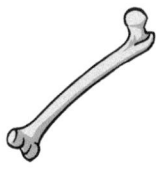

hueso

mfupa

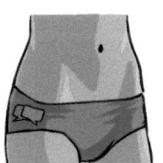

cadera

nyonga

rodilla

goti

codo

kiwiko

nariz

pua

trasero

chini

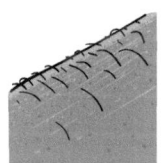

piel

ngozi

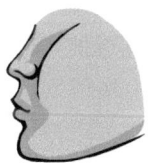

mejilla

shavu

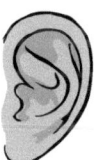

oreja

sikio

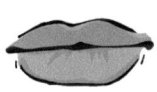

labio

mdomo

boca

kinywa

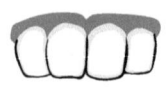

diente

jino

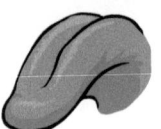

lengua

ulimi

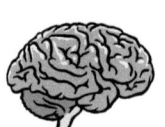

cerebro

ubongo

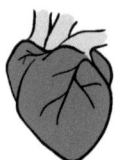

corazón

moyo

músculo

misuli

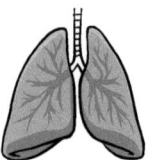

pulmón

pafu

hígado

ini

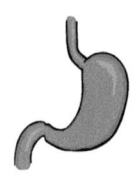

estómago

tumbo

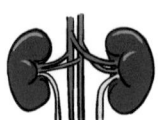

riñones

figo

relación sexual

jinsia

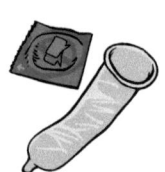

condón

kondomu

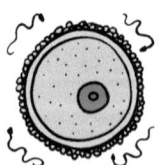

Óvulo

ovari

esperma

shahawa

embarazo

mimba

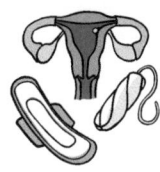

menstruación

hedhi

vagina

uke

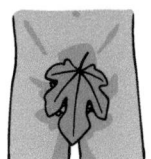

pene

uume

ceja

unyusi

cabello

nywele

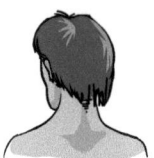

cuello

shingo

hospital
hospitali

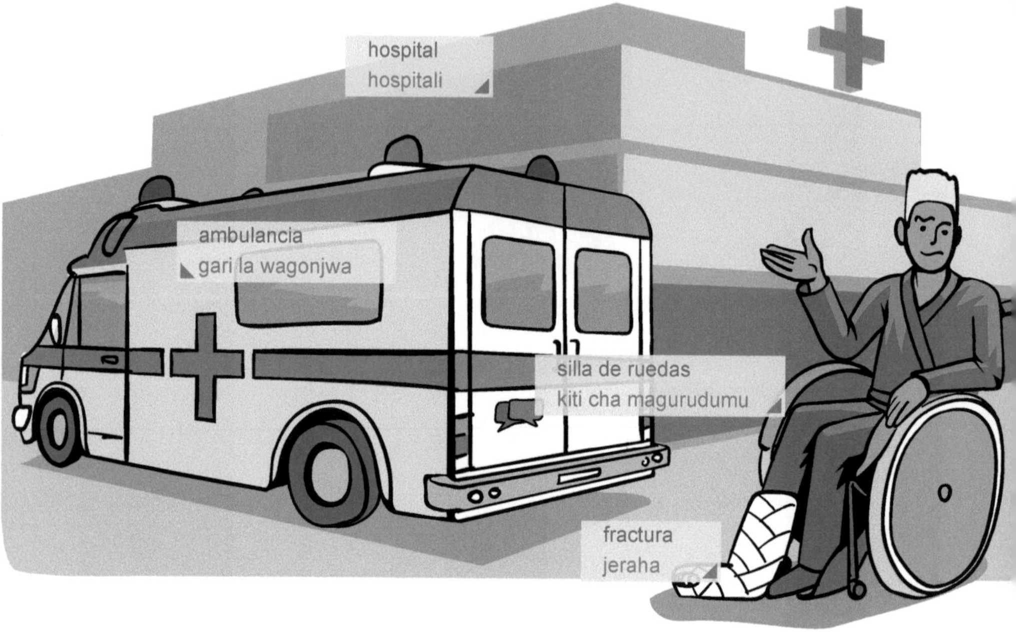

hospital
hospitali
ambulancia
gari la wagonjwa
silla de ruedas
kiti cha magurudumu
fractura
jeraha

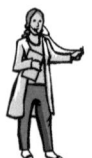

médico

daktari

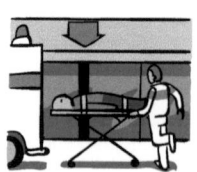

admisión de urgencia

chumba cha dharura

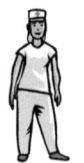

enfermera

muuguzi

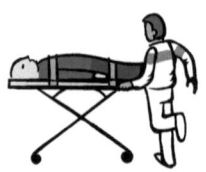

emergencia

dharura

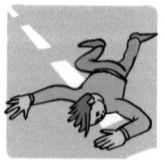

inconsciente

kupoteza fahamu

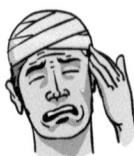

dolor

maumivu

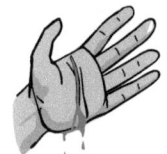

lesión

kuumia

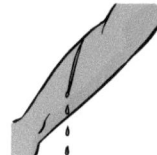

hemorragia

kutokwa na damu

infarto de miocardio

mshtuko wa moyo

apoplejía cerebral

kiharusi

alergia

mzio

tos

kikohozi

fiebre

homa

gripe

mafua

diarrea

kuharisha

dolor de cabeza

maumivu ya kichwa

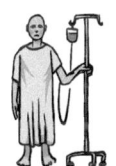

cáncer

kansa

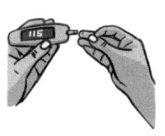

diabetes

ugonjwa wa kisukari

cirujano

daktari mpasuaji

escalpelo

kisu kidogo cha kupasulia

operación

operesheni

TC

picha changanufu ya mwili

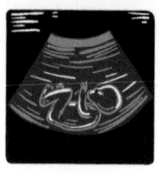

rayos X

Eksrei

ultrasonido

mawimbi sauti

máscara

barakoa ya uso

enfermedad

ugonjwa

sala de espera

chumba cha kusubiri

muleta

mkongojo

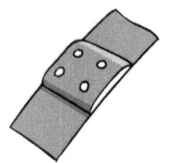

emplasto

plasta

vendaje

bendeji

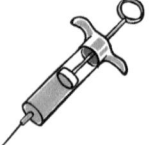

inyección

sindano

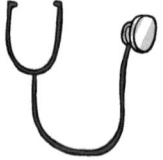

estetoscopio

stetoskopu

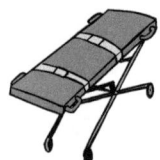

camilla

machela

termómetro

kipimajoto cha kliniki

nacimiento

kuzaliwa

sobrepeso

unene kupita kiasi

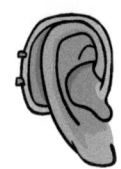

audífono

kusikia misaada

desinfectante

kipukusi

infección

maambukizi

virus

virusi

VIH / SIDA

VVU / UKIMWI

medicina

dawa

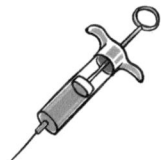

vacunación

chanjo

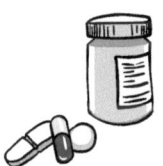

comprimido

vidonge

píldora anticonceptiva

kidonge

llamada de emergencia

simu ya dharura

medidor de presión arterial

haemodainamometa

enfermo / saludable

mgonjwa / mwenye afya

¡Ayuda!

Msaada!

alarma

kengele

asalto

pigo

ataque

shambulizi

peligro

hatari

salida de emergencia

lango la dharura

¡Fuego!

Moto!

extintor

kizima moto

accidente

ajali

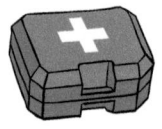

kit de primeros auxilios

vifaa vya huduma ya kwanza

SOS

wito wa msaada

Policía

polisi

Europa

Ulaya

América del Norte

Amerika ya Kaskazini

América del Sur

Amerika ya Kusini

África

Afrika

Asia

Asia

Australia

Australia

Atlántico

Atlantiki

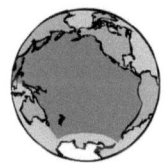

Pacífico

Pasifiki

Océano Índico

Bahari ya Hindi

Océano Antártico

Bahari ya Antaktiki

Océano Ártico

Bahari ya Aktiki

Polo Norte

Ncha ya Kaskazini

Polo Sur

Ncha ya Kusini

Antártida

Antaktika

Tierra

dunia

país

nchi

mar

bahari

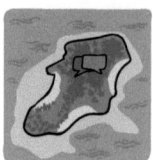

isla

kisiwa

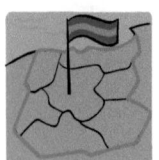

nación

taifa

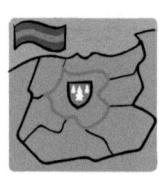

Estado

jimbo

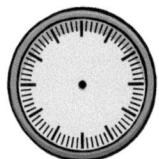

cuadrante

uso wa saa

horario

akrabu ya saa

minutero

akrabu ya dakika

segundero

akrabu ya sekunde

¿Qué hora es?

Ni saa ngapi?

día

siku

tiempo

wakati

ahora

sasa

reloj digital

saa ya dijitali

minuto

dakika

hora

saa

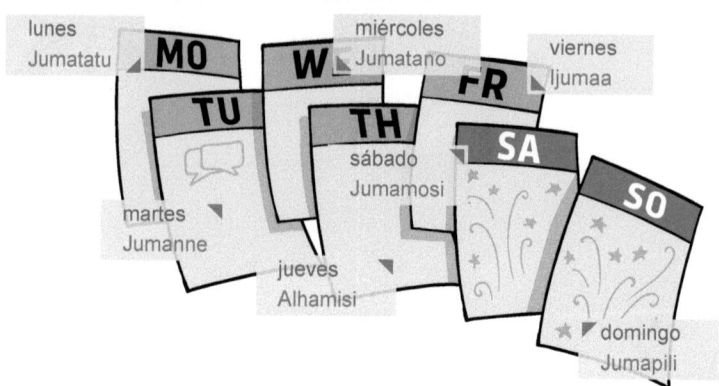

lunes
Jumatatu

miércoles
Jumatano

viernes
Ijumaa

sábado
Jumamosi

martes
Jumanne

jueves
Alhamisi

domingo
Jumapili

ayer

jana

hoy

leo

mañana

kesho

mañana

asubuhi

mediodía

saa sita mchana

tarde

jioni

MO	TU	WE	TH	FR	SA	SU
1	2	3	4	5	6	7
8	9	10	11	12	13	14
15	16	17	18	19	20	21
22	23	24	25	26	27	28
29	30	31	1	2	3	4

jornada de trabajo

siku za biashara

MO	TU	WE	TH	FR	SA	SU
1	2	3	4	5	6	7
8	9	10	11	12	13	14
15	16	17	18	19	20	21
22	23	24	25	26	27	28
29	30	31	1	2	3	4

fin de semana

mwishoni mwa wiki

lluvia
mvua

arco iris
upinde wa mvua

viento
upepo

nieve
theluji

primavera
majira ya machipuko

otoño
vuli

verano
kiangazi

invierno
majira ya baridi

4.APRIL	11°	☀
5.APRIL	4°	🌧
6.APRIL	13°	⛆
7.APRIL	8°	☀
8.APRIL	10°	☀

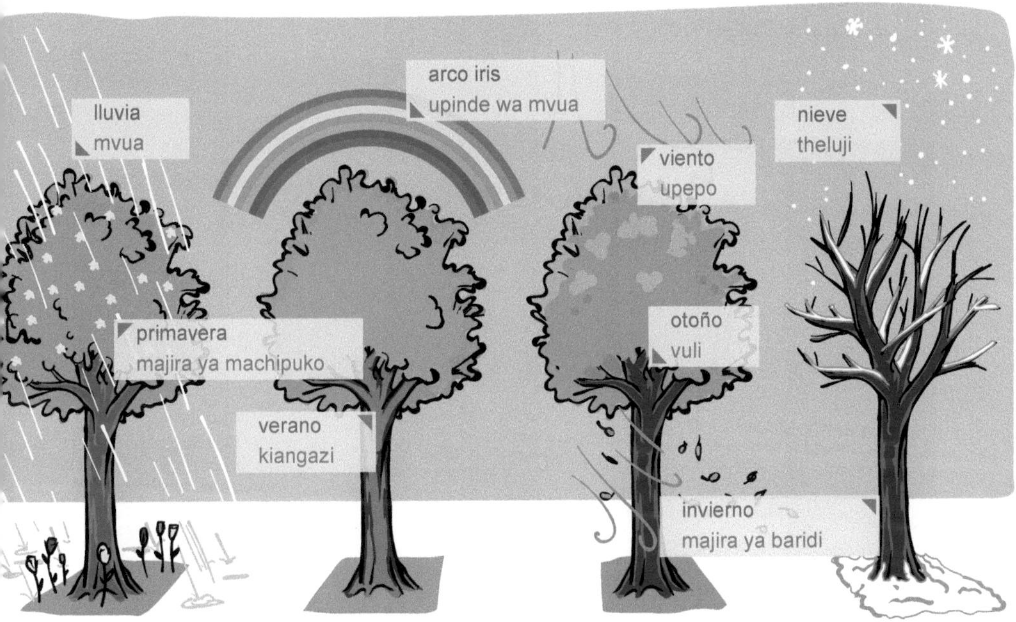

pronóstico meteorológico

utabiri wa hali ya hewa

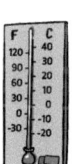

termómetro

kipimajoto

luz solar

mwanga wa jua

nube

wingu

niebla

ukungu

humedad ambiente

unyevu

relámpago

umeme

trueno

radi

tormenta

dhoruba

granizo

mvua ya mawe

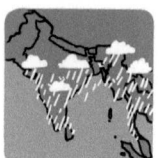

monzón

monsuni

inundación

mafuriko

hielo

barafu

enero

Januari

febrero

Februari

marzo

Machi

abril

Aprili

mayo

Mei

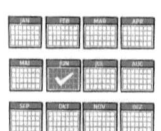

junio

Juni

julio

Julai

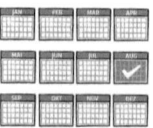

agosto

Agosti

año - mwaka

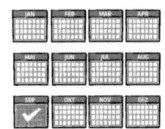

septiembre

Septemba

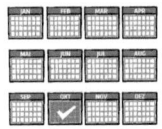

octubre

Oktoba

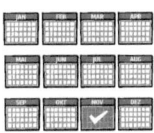

noviembre

Novemba

diciembre

Desemba

círculo

mduara

cuadrado

mraba

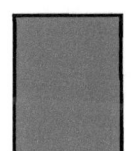

rectángulo

mstatili

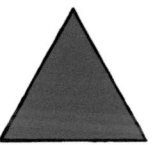

triángulo

pembetatu

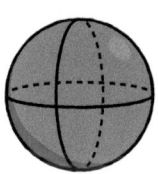

esfera

nyanja

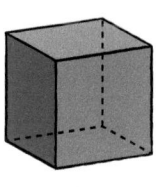

cubo

mchemraba

blanco

nyeupe

amarillo

manjano

anaranjado

chungwa

rosa

rangi ya waridi

rojo

nyekundu

lila

hudhurungi

azul

bluu

verde

kijani

marrón

hanja

gris

jivujivu

negro

nyeusi

mucho / poco

mengi / kidogo

enojado / calmado

hasira / pole

bonito / feo

nzuri / mbaya

comienzo / fin

mwanzo / mwisho

grande / pequeño

kubwa / ndogo

claro / oscuro

angavu / giza

hermano / hermana

kaka / dada

limpio / sucio

safi / chafu

completo / incompleto

kamilika / tokamilika

día / noche

siku / usiku

muerto / vivo

wafu / hai

ancho / angosto

pana / nyembamba

disfrutable / no disfrutable

....

kulika / kutolika

malo / amigable

....

ovu / ema

excitado / aburrido

....

sisimkwa / udhika

gordo / delgado

....

nene / nyembamba

primero / último

....

kwanza / mwisho

amigo / enemigo

....

rafiki / adui

lleno / vacío

....

jaa / tupu

duro / suave

....

ngumu / laini

pesado / liviano

....

nzito / nyepesi

hambre / sed

....

njaa / kiu

enfermo / saludable

....

mgonjwa / mwenye afya

ilegal / legal

....

haramu / kisheria

inteligente / tonto

....

akili / kijinga

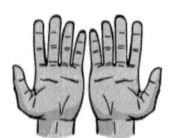

izquierda / derecha

....

kushoto / kulia

cercano / lejano

....

karibu / mbali

nuevo / usado

mpya / kutumika

nada / algo

kitu / jambo

viejo / joven

zee / changa

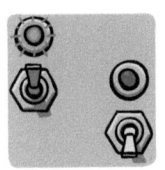

encendido / apagado

waka / zima

abierto / cerrado

wazi / fungwa

bajo / fuerte

utulivu / kelele

rico / pobre

tajiri / masikini

correcto / incorrecto

sahihi / kosa

áspero / liso

mbaya / laini

triste / alegre

huzunika / furahia

breve / extenso

fupi /ndefu

lento / veloz

polepole / haraka

mojado / seco

nyevu / kavu

caliente / frío

joto / baridi

guerra / paz

vita / amani

0

cero

sufuri

1

uno

moja

2

dos

mbili

3

tres

tatu

4

cuatro

nne

5

cinco

tano

6

seis

sita

7

siete

saba

8

ocho

nane

9

nueve

tisa

10

diez

kumi

11

once

kumi na moja

12

doce
kumi na mbili

13

trece
kumi na tatu

14

catorce
kumi na nne

15

quince
kumi na tano

16

dieciséis
kumi na sita

17

diecisiete
kumi na saba

18

dieciocho
kumi na nane

19

diecinueve
kumi na tisa

20

veinte
ishirini

100

cien
mia

1.000

mil
elfu

1.000.000

millón
milioni

inglés
....
Kiingereza

inglés estadounidense
....
Kiingereza cha Marekani

chino mandarín
....
Kimandarini cha Uchina

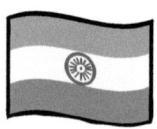

hindi
....
Kihindi

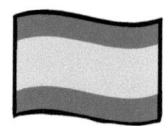

español
....
Kihispania

francés
....
Kifaransa

árabe
....
Kiarabu

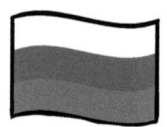

ruso
....
Kirusi

portugués
....
Kireno

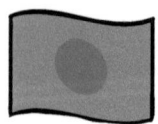

bengalí
....
Kibengali

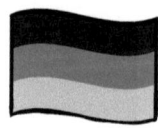

alemán
....
Kijerumani

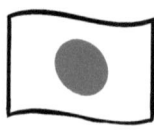

japonés
....
Kijapani

yo

mimi

tú

wewe

él / ella

yeye / yeye / ni

nosotros

sisi

vosotros

wewe

ellos

wao

¿quién?

nani?

¿qué?

nini?

¿cómo?

jinsi gani?

¿dónde?

wapi?

¿cuándo?

lini?

nombre

jina

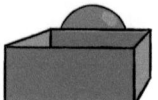

detrás

nyuma

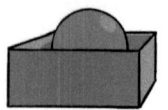

en

katika

delante de

mbele ya

encima de

juu ya

sobre

kwenye

debajo de

chini ya

junto a

kando

entre

kati

lugar

mahali